HÃY LÀ CHÍNH MÌNH CON NHÉ!

Happy to Be Me!

Cẩm nang thiếu nhi về lòng tự trọng
A Kid's Book About Self-esteem

Tác giả
Christine Adams & Robert J. Butch

Minh họa
R. W. Alley

Người dịch
Minh Hiền

NHÀ XUẤT BẢN TỔNG HỢP THÀNH PHỐ HỒ CHÍ MINH

Từ vựng

Self-esteem	: lòng tự trọng	**Stay up**	: thức khuya
Polite	: lễ phép	**Tie**	: cột, thắt
Pattern	: khuôn mẫu, hình mẫu	**Get mad at someone:**	nổi cáu, nổi giận với ai
Fingerprint	: vân tay	**Crabby**	: cáu gắt
Peacemaker	: người xây dựng hòa bình	**Hug**	: ôm
		Tease	: chọc ghẹo
Argument	: cãi nhau, tranh cãi	**Stick up for**	: bảo vệ
		Treat	: cư xử, đối xử
Share	: chia sẻ	**Crawl**	: bò, trườn
Take turn	: chờ đến lượt	**Hop**	: nhảy
Prayer	: lời cầu nguyện	**Terrific**	: tuyệt vời,
Bug	: quấy rầy, làm phiền		tuyệt diệu

BIỂU GHI BIÊN MỤC TRƯỚC KHI XUẤT BẢN ĐƯỢC THỰC HIỆN BỞI THƯ VIỆN KHTH TP.HCM

Adam, Christine.
Hãy là chính mình, con nhé! / Christine Adam & Robert J. Butch ; Minh Hiền dịch ; R. W. Alley minh họa. - T.P. Hồ Chí Minh : Nxb. Tổng hợp T.P. Hồ Chí Minh, 2014.

32 tr. : hình vẽ ; 21 cm. - (Tủ sách Giúp bé trưởng thành)
Nguyên bản : Happy to be me!
ISBN 978-604-58-1069-9

1. Trẻ em -- Hướng dẫn kỹ năng sống. 2. Lòng tự trọng. I. Butch, Robert J II. Minh Hiền. III. Alley, R. W. (Robert W.). IV. Ts: Happy to be me!.
1. Children -- Life skills guides. 2. Self-esteem.

646.70083 -- dc 22
A193

Chịu trách nhiệm xuất bản	**The person in charge of publication**
Giám đốc - Tổng biên tập	Director - Editor-in-chief
NGUYỄN THỊ THANH HƯƠNG	**NGUYEN THI THANH HUONG**
Biên tập: **HOÀNG PHƯƠNG**	Editor: **HOANG PHUONG**
Sửa bản in: **VÂN ĐĂNG**	Proof-reader: **VAN DANG**
Trình bày: **GIAO CHINH**	Lay-outer: **GIAO CHINH**
Bìa: **LINH VŨ**	Cover designer: **LINH VU**

NHÀ XUẤT BẢN TỔNG HỢP THÀNH PHỐ HỒ CHÍ MINH
62 Nguyễn Thị Minh Khai, Quận 1, Thành phố Hồ Chí Minh
ĐT: (08) 38 296 764 - 38 256 713 - 38 247 225
Fax: 84.8.38222726 - Email: tonghop@nxbhcm.com.vn
Website: **http://www.nxbhcm.com.vn - http://www.sachweb.vn**

HO CHI MINH CITY GENERAL PUBLISHING HOUSE
62 Nguyen Thi Minh Khai, District 1, HCMC
Tel: (08) 38 296 764 - 38 256 713 - 38 247 225
Fax: 84.8.38222726 - Email: tonghop@nxbhcm.com.vn
website: **http://www.nxbhcm.com.vn - http://www.sachweb.vn**

NHÀ SÁCH TỔNG HỢP 1
62 Nguyễn Thị Minh Khai, Quận 1, Thành phố Hồ Chí Minh - ĐT: (08) 38 256 804

GENERAL BOOKSTORE I
62 Nguyen Thi Minh Khai, District 1, HCMC - Tel: (08) 38 256 804

NHÀ SÁCH TỔNG HỢP 2
86 - 88 Nguyễn Tất Thành, Quận 4, Thành phố Hồ Chí Minh - ĐT: (08) 39 433 868

GENERAL BOOKSTORE II
86 - 88 Nguyen Tat Thanh, District 4, HCMC - Tel: (08) 39 433 868

In số lượng 3.000 cuốn. Khổ 20,5 x 20,5 cm. Tại: Công ty Cổ phần in Khuyến học phía Nam; 128/7/7 Trần Quốc Thảo, Quận 3, Thành phố Hồ Chí Minh
XNĐKXB số: 58-2014/CXB/12-03/THTPHCM; QĐXB số: 12/QĐ-THTPHCM-2014 ngày 07/01/2014
ISBN: 978 - 604 - 58 - 1069 - 9. In xong và nộp lưu chiểu quí I năm 2014

Đôi lời gửi đến các bậc phụ huynh, giáo viên và các bạn yêu trẻ

Các chuyên gia cho rằng lòng tự trọng của một đứa trẻ là sự tiên đoán tốt nhất về tương lai sau này của bé – như việc liệu bé có đưa ra những sự lựa chọn đúng đắn trong thời niên thiếu hay có những mối quan hệ tốt và trở thành một người trưởng thành biết thích nghi với cuộc sống.

Thế thì làm thế nào chúng ta có thể "trao tặng" cho con trẻ lòng tự trọng? Trong thực tế, lòng tự trọng không phải là một điều kì diệu mà ta có thể trao cho một đứa trẻ. Đó không phải là việc có được tài năng, trí tuệ hay sắc đẹp. Trong thực tế, nó không bao gồm việc "có" bất cứ thứ gì cả. Phát triển lòng tự trọng trong trẻ em có nghĩa là giúp chúng được là chính mình. Chúng ta phải có nhiệm vụ cho trẻ biết rằng trẻ đáng yêu đến nhường nào – chỉ cần đơn giản là việc đang có mặt các bé trên cõi đời này.

Trẻ em như búp trên cành. Trong những năm đầu đời, trẻ học cách đối mặt với những cảm xúc riêng như lo lắng, xấu hổ, nghi ngờ bản thân và tội lỗi. Chúng mong muốn bắt chước thế giới của người lớn kể cả khi chúng đang phải tự lực chiến đấu. Chúng cũng ganh đua và cạnh tranh với anh chị em của mình. Nếu người lớn thể hiện tình yêu với trẻ trong giai đoạn này, trong cả thành công lẫn lầm lỗi, trẻ sẽ tin tưởng rằng mình cũng rất đáng yêu. Sau đó, khi trẻ để ý hơn đến xã hội chung quanh, chúng sẽ phát triển những kỹ năng tăng cường khả năng độc lập, hòa nhập với cộng đồng và hành động theo ý thức đạo đức còn thơ ngây của mình.

Tất cả trẻ em, ở mọi lứa tuổi, cần được biết rằng chúng được yêu thương và luôn luôn là như vậy, không quan trọng những việc chúng làm hay không làm. Hãy để mỗi đứa trẻ biết mình thật đặc biệt, chỉ vì là chính mình. Hãy giúp bé khám phá và phát triển những khả năng của bé trong từng giai đoạn.

Trong thực tế, chúng ta có thể làm gì để gợi ý trẻ làm để nâng cao lòng tự trọng bản thân? Hãy nhấn mạnh ý tưởng về làm bạn thân của chính bản thân mình, đặc biệt là qua những thông điệp tích cực. Chỉ cho trẻ biết làm cách nào để đối mặt với những ngày không may và những lỗi lầm. "Nắm bắt" những khoảnh khắc trẻ làm gì đó tốt và khen trẻ vì những nỗ lực đó.

Qua cuốn sách này, bạn hãy nhắc cho con trẻ của mình nhớ rằng các em là tài sản quý giá, độc nhất, tuyệt vời và thậm chí là thật lộng lẫy! Và qua những lời nói và hành động của mình, bạn có thể đem đến tình yêu của Thượng đế và cho mỗi bé.

Christine Adams và Robert J. Butch

What Is Self-esteem?

"Self-esteem" means how you feel about yourself.

Good self-esteem is a feeling inside that reminds you every day, "I am loved. I am good. I am happy to be me." Good self-esteem means knowing you are a wonderful person - because God made you that way.

You don't have to be the fastest or smartest or best-looking kid to have good self-esteem. You're a star just the way you are!

Lòng tự trọng là gì?

"Lòng tự trọng" là cách em cảm nhận về bản thân mình.

Lòng tự trọng cao là một cảm giác nội tâm nhắc nhở em mỗi ngày rằng "Tôi được yêu thương. Tôi là một người tốt. Tôi hạnh phúc khi được là chính mình." Có lòng tự trọng cao nghĩa là biết mình là một con người tuyệt vời – vì Thượng đế đã sáng tạo ra em như thế.

Em không cần là đứa trẻ nhanh nhất, thông minh nhất hay xinh đẹp nhất để có lòng tự trọng cao. Em là ngôi sao chỉ vì em là em!

Who Are You?

You have a first, middle, and last name. You have a certain kind of hair, skin, eyes, and smile. You are good at some things and not as good at other things.

People may say, "You seem like a very nice girl." Or, "What a polite boy!" Or, "You're really good at that." Sometimes people may say things about you that are not so nice. But the words people say about you are not who you are.

So who are you, really? You are a special child of God. You are someone who deserves to be loved. And you **are** loved - by God, by your parents, and by many other people.

Em là ai?

Em có họ, có tên lót và tên. Em có tóc, màu da, màu mắt và nụ cười của riêng em. Có một số lĩnh vực em rất giỏi và không được giỏi lắm ở một số lĩnh vực khác.

Có thể mọi người sẽ nói, "Thật là một cô bé dễ thương." Hay, "Ôi! Cậu bé này thật là lịch sự! hay, "Bạn thật giỏi". Đôi khi một số người có thể nói những lời lẽ không hay về em. Nhưng những gì mọi người nói về em không quyết định em là ai.

Vậy thì, thật sự em là ai? Em là một đứa con đặc biệt của Thượng đế. Em là một người xứng đáng được yêu thương. Và em *được yêu* – bởi Thượng đế, bởi cha mẹ, và những người khác nữa.

Everyone Is Different – and Special!

If you put ink on your finger and press it on a paper, it will make a certain pattern. No one else in the whole world can make that same fingerprint.

*There's only one YOU. You don't need to do anything special to be special - you already **are**!*

Every child is different. Kids come in all kinds of colors, shapes, and sizes. Some kids speak English. Some speak Spanish. Some speak Chinese. Some kids use sign language. God gives each one special love.

Mỗi người đều khác nhau và ai cũng đặc biệt

Nếu em lăn ngón tay lên mực và in vào một tờ giấy, nó sẽ có những hình dạng nhất định. Trên thế giới này không có ai có vân tay trùng với em.

Chỉ có duy nhất một EM mà thôi. Em không cần làm điều gì đặc biệt để trở nên đặc biệt – em đã đặc biệt *sẵn rồi!*

Mỗi đứa trẻ đều có sự khác biệt. Có em khác nhau về màu da, ngoại hình và chiều cao, cân nặng. Một số em nói tiếng Anh, một số nói tiếng Tây Ban Nha, số khác lại nói tiếng Trung Quốc, số khác nữa dùng ngôn ngữ ký hiệu. Thượng đế ban cho mỗi người một tình yêu đặc biệt.

You Are a Gift to the World'!

Everyone has special gifts to bring to the world.

James is good at making people laugh. Alisha knows just the right thing to say when someone is sad. Luis can fix things that are broken. Jameel helps collect money for the homeless. Renee draws beautiful pictures. Other kids look to Chris to help settle arguments during kickball.

The world needs all kinds of people with all kinds of gifts: helpers, fixers, peacemakers, artists. What special gifts do you have to give the world?

Em là một món quà đối với thế giới này

Mỗi người đều có một món quà đặc biệt để mang đến thế giới này.

James rất giỏi làm người khác cười. Alisha rất biết cách an ủi người khác. Luis có thể sửa những thứ hỏng hóc. Jameel giúp quyên góp quỹ cho người vô gia cư. Renee vẽ những bức tranh rất đẹp. Một số trẻ lại đến và nhờ Chris giải quyết những tranh cãi trong trận bóng.

Thế giới cần rất nhiều người có năng lực khác nhau: người trợ giúp, người sửa chữa, nhà hoạt động vì hòa bình và nghệ sĩ. Món quà đặc biệt em mang đến thế giới này là gì?

Be Your Own Best Self

There may be times when you are not glad to be you. You might even want to be someone else.

Maybe you wish you could play soccer like Harrison, sing like Kathleen, or do math like Ben. Maybe you feel like your dad or mom wants you to be "the best" in something, but you just can't seem to get it.

No one is the best in everything. Some kids can do math but can't play soccer. Some can play soccer but can't sing. Some can sing but can't do math. You have special gifts that God gave you.

Hãy là chính mình một cách tốt nhất

Sẽ có những lúc em không hài lòng về chính mình. Thậm chí em còn mong sao được giống ai đó.

Có lẽ em ước mình chơi đá banh giỏi như Harrison, hát hay như Kathleen, và làm toán tốt như Ben. Có thể em cảm thấy cha mẹ muốn em phải "giỏi nhất" trong một vấn đề nào đó, nhưng xem ra em không thể làm được.

Không có ai xuất sắc trong tất cả các lĩnh vực. Một số trẻ có thể làm toán nhưng không thể chơi đá banh. Một số khác có thể đá banh nhưng không thể hát. Một vài trẻ lại hát hay nhưng không giỏi toán. Em có những món quà đặc biệt của riêng em mà Thượng đế ban cho.

Be Your Own Best Friend

You can be your own best friend by taking good care of yourself.

You can eat good food and stay away from things that are bad for your body. You can wear a bike helmet. You can be sure not to play with dangerous things or in dangerous places.

When you are your own best friend, you ignore the voice inside you that may say, "I can't do this because I'm not good enough." You tell yourself instead, "I can do this. I am smart enough to try by myself or ask for help."

Hãy là người bạn tốt nhất của chính mình

Em có thể trở thành bạn tốt của chính mình khi em biết tự chăm sóc bản thân.

Em hãy ăn những thức ăn tươi ngon và tránh xa những thứ có hại cho cơ thể. Em phải chắc rằng mình không chơi với những thứ nguy hiểm hoặc ở trong những nơi nguy hiểm.

Khi em là người bạn tốt của bản thân mình, em làm ngơ tiếng nói đang vang lên bên trong chính mình, "Tôi không thể làm điều đó vì tôi không đủ giỏi". Em hãy nói với mình rằng, "Tôi có thể làm điều đó. Tôi đủ thông minh để tự cố gắng hoặc nhờ người khác giúp".

Be a Friend to Others

You can make others feel special by being a good friend. Try to share and take turns. If you see a kid learning how to ride a bike, tell him, "Good job!"

Try to remember people's names and say, "Hi." It also makes people feel special when you say, "Please," "Thank you," and "Excuse me." It makes the teacher feel special when you follow the rules and listen in class.

Every day try to do something kind for someone else. For example, if you see a classmate sitting alone on Parent's Day, ask her to sit with you and your mom or dad.

Hãy là bạn của mọi người

Em có thể làm người khác cảm thấy họ cũng đặc biệt khi em là một người bạn tốt. Hãy thử chia sẻ và nhường nhịn nhau. Nếu em thấy một đứa trẻ đang tập chạy xe đạp, hãy nói với nó, "Ôi! Bé giỏi quá!"

Hãy gắng nhớ tên mọi người và nói, "Xin chào." Khi em nói "làm ơn," "cám ơn," và "xin thứ lỗi" thì em cũng đang khiến người khác cảm thấy họ đặc biệt. Thầy cô sẽ cảm thấy mình đặc biệt khi em tuân theo những nguyên tắc và lắng nghe bài giảng trên lớp.

Mỗi ngày em hãy cố gắng đối xử tử tế với người khác. Ví dụ, nếu nhìn thấy một người bạn ngồi một mình trong ngày lễ Phụ huynh, hãy hỏi và mời bạn ấy ngồi chung với em và ba mẹ mình.

When Things Change

If you have a big change in your life, it can make you wonder whether you are still special and loved.

If you get a new baby brother, for example, lots of people may give him presents. You might wonder if he is going to take your special place in the family.

Talk to your parents about this. They love you just because you're you. No one else could ever take your place.

If someone close to you has to go away, you are still very special to that person. Maybe you can write, phone, or e-mail to stay in touch. You can think about each other during the day and say a little prayer.

Khi có chuyện thay đổi

Nếu em có một biến động lớn trong cuộc sống, điều đó có thể khiến em tự hỏi không biết mình có còn đặc biệt và được yêu thương nữa không.

Chẳng hạn, nếu em có một đứa em mới sinh, sẽ có rất nhiều người tặng quà cho em ấy. Có lẽ em sẽ thắc mắc không biết liệu em ấy có lấy mất vị trí đặc biệt của em trong gia đình không.

Hãy nói chuyện với cha mẹ về vấn đề này. Họ yêu em chỉ vì em là em. Không ai có thể giành lấy vị trí đó của em được.

Nếu người gần gũi với em đi xa, em vẫn là một người đặc biệt đối với họ. Em có thể viết thư, gọi điện hay gửi email để giữ liên lạc. Em và họ có thể nghĩ về nhau và cầu nguyện cho nhau.

Loving Your Family

When your mom gets busy, you can offer to feed the baby. If your dad is too tired to play ball, you can decide not to bug him. Maybe you could teach your younger sister how to tie her shoes.

Sometimes you might feel like your parents treat your brother or sister better than you. Maybe your brother gets to stay up later. Or you got yelled at for something your sister did.

Tell your parents how you feel. They will let you know how much they love you and how special you are. Your parents have enough love for everyone in your family.

Hãy yêu gia đình của mình

Khi mẹ bận rộn, em có thể giúp mẹ cho em ăn. Nếu bố mệt quá không chơi bóng cùng em được, em không nên làm phiền bố. Em có thể dạy cho em mình cách thắt dây giày.

Đôi khi em cảm thấy bố mẹ đối xử với anh, em mình tốt hơn với mình. Anh của em có thể thức khuya hay em bị mắng vì một điều mà em gái mình đã làm.

Hãy nói với bố mẹ cảm nghĩ của mình. Họ sẽ cho em biết họ yêu em đến chừng nào và em đặc biệt như thế nào. Bố mẹ có đủ tình yêu thương cho tất cả mọi người trong gia đình.

Making Mistakes

Everybody makes mistakes. You might want to win a game so much that you add extra points to your score. You might take your little sister's toy, or get mad and yell at your friends.

Be honest about mistakes and say, "I'm sorry," right away. Try to make up for what you did wrong. Remember, God loves you even when you make a mistake. Forgive yourself as God does.

You can also get mad at yourself - like when you can't learn a new game. Slow down and take a deep breath. Go over the rules again or ask for help. If you still can't get it, do something else for a while and go back to the game later.

Phạm sai lầm

Ai cũng có lúc sai. Có thể vì rất muốn chiến thắng trò chơi nên em đã cộng thêm điểm cho mình. Cũng có thể em lấy đồ chơi của em mình hay nổi giận và nạt nộ bạn mình.

Hãy thành thật về cái sai của mình và nói lớn "xin lỗi" ngay lập tức. Hãy học từ cái sai của em. Nhớ rằng, Thượng đế yêu em ngay cả khi em phạm lỗi. Hãy tha thứ cho bản thân mình giống như Thượng đế đã tha thứ cho em.

Có thể em nổi đóa với chính mình – như khi em không thể chơi trò chơi mới. Hãy nguôi giận và hít một hơi sâu. Sau đó đọc lại hướng dẫn hoặc nhờ người khác chỉ cách chơi. Nếu em vẫn không chơi được, hãy làm một việc gì đó khác rồi lúc sau hãy quay lại trò chơi ấy.

Having a Bad Day

Everyone has a bad day sometimes. Maybe you feel tired and crabby. Or you have eight mistakes on your spelling paper, and you miss a soccer goal.

It can help just to say out loud, "I'm having a bad day." Ask someone for a hug. Tell yourself, "I'm still a good kid, even on a bad day."

Try to figure out why this day is so bad. Did you forget to study your spelling words? Next week, you can do better. Give yourself a pat on the back for at least trying to make the soccer goal.

Remember days that were better - like the day you caught your first fish with your grandpa. Remember the hug your mom gave you this morning.

Có một ngày tồi tệ

Ai cũng có lúc có những ngày tồi tệ. Có thể em cảm thấy mệt mỏi và cáu gắt. Em phạm phải 8 lỗi trong bài kiểm tra chính tả, hay em bỏ lỡ một cơ hội ghi bàn.

Khi đó, em hãy nói thật to, "Tôi đang có một ngày thật tệ". Điều này sẽ rất có ích. Hay xin một cái ôm. Nói với bản thân mình, "Tôi vẫn là một trẻ tốt, ngay cả trong một ngày tồi tệ."

Hãy thử nghĩ xem tại sao hôm nay lại tệ như vậy. Tại em quên ôn bài cho buổi kiểm tra chính tả? Tuần sau, em có thể làm tốt hơn. Hãy tự khen động viên vì chí ít em cũng đã cố gắng để ghi bàn.

Hãy nhớ về những ngày tươi đẹp – như ngày em cùng ông câu được con cá đầu tiên. Hãy nhớ cái ôm mẹ đã ôm mình vào sáng nay.

Be True to You

It's good to be yourself, even if you think or feel differently from others. It's good to be true to YOU.

If someone tells you that your art project is weird, but it looks good to you, don't worry about it. People see things differently and have different ideas. That's okay.

If some kids want you to do something wrong, you don't have to do it. Be true to your own feelings, even if others tease you.

Hãy thành thật với chính mình

Thật tốt khi được làm chính mình, ngay cả khi em suy nghĩ hoặc có những cảm xúc khác với mọi người. Là CHÍNH MÌNH thật là tốt!

Nếu ai đó bảo rằng bài tập nghệ thuật của em trông thật kỳ cục, nhưng em vẫn thấy đẹp, thì đừng lo lắng gì cả. Mọi người nhìn mọi vật theo những cách khác nhau và có những ý tưởng khác nhau. Đó là điều bình thường.

Nếu trẻ khác xúi em làm gì đó sai trái, em không cần phải làm điều đó. Hãy thành thật với cảm xúc của chính mình, ngay cả khi bị bạn bè trêu chọc.

Stick Up for Yourself

If someone is mean to you, it's fine to stick up for yourself. Tell her you don't like to be treated that way.

*If she keeps on bothering you, don't pay attention. If you need to, tell an adult. Play with friends that make you feel good and special - because you **are**!*

If you feel someone is treating you unfairly - even a grownup - tell that person calmly. When someone is mad at you, listen to what he is saying. Try to understand his feelings. Try to work out the problem together.

Bảo vệ mình

Nếu ai đó đối xử tệ với em, thì việc em tự bảo vệ mình cũng là bình thường thôi. Nói với cô ấy em không thích bị đối xử như vậy.

Nếu cô ấy vẫn tiếp tục làm phiền em, hãy lờ đi. Nếu cần thiết, hãy nói với người lớn. Hãy chơi với những bạn nào làm cho em cảm thấy tuyệt vời và đặc biệt – vì chính em là *như vậy* mà!

Nếu em cảm thấy ai đó đối xử bất công với mình – kể cả đó là một người lớn – hãy thật bình tĩnh nói chuyện với người đó. Khi một bạn nổi giận với em, hãy lắng nghe bạn ấy nói. Hãy cố gắng hiểu cảm xúc của bạn ấy. Hãy cố gắng để cùng nhau giải quyết mâu thuẫn.

You've Come a Long Way

When you were a baby, you crawled on the floor. Now you can walk and run and hop and skip. You have learned to play, share, and wait your turn. You have learned about colors and letters and numbers. That's terrific!

Today you have learned how special you are. There is no one else exactly like you. You were born because God knew the world needed someone just like you. Your friends and family love you, because you're YOU.

You can say to yourself proudly, "I am loved. I am good. I am happy to be me!"

Em đã đi được một chặng đường xa

Khi còn bé, em bò trườn trên mặt đất. Bây giờ em có thể đi lại và chạy nhảy. Em đã học cách chơi, chia sẻ, và chờ đến lượt mình. Em đã được học về màu sắc, chữ cái và những con số. Thật tuyệt làm sao!

Hôm nay em đã biết mình đặc biệt như thế nào. Không ai hoàn toàn giống hệt em. Em được sinh ra vì Thượng đế biết rằng thế giới cần một người như em. Bạn bè và gia đình yêu quý em, bởi vì em là EM.

Em có thể tự hào nói với mình, "Tôi được yêu thương. Tôi là một người tốt. Tôi hạnh phúc khi được là chính mình!"

Christine A. Adams, M.A., spent thirty-two years teaching and counseling teens. She is the author of two Elf-help titles, *One-day-at-a-time Therapy* and *Gratitude Therapy*. Her other books include *Living In Love* (Health Communications) and *Holy Relationships* (Morehouse Publishing Group). She has three grown children and three grandchildren who live in California, Connecticut, and Massachusetts. Christine is married to co-author, Robert J. Butch.

After a successful business career of thirty years, **Robert J. Butch**, LCSW, earned an MSW degree and turned to counseling, with an emphasis on child and family issues. He practices at the Harbor Schools in Newburyport, Massachusetts. He has three grown sons who live in California, Colorado, and Connecticut. Robert and Christine reside in Maine.

R. W. Alley is the illustrator for the popular Abbey Press adult and children's series of Elf-help books, as well as an illustrator and writer of other children's books. He lives in Barrington, Rhode Island, with his wife, daughter, and son. See a wide variety of his works at: www.rwalley.com.

Thạc sĩ Christine A. Adams, đã có 30 năm giảng dạy và tư vấn cho thanh thiếu niên. Bà là tác giả của hai quyển trong tủ sách *Giúp con trưởng thành*, Liệu pháp *Sống vui mỗi ngày* và *lòng biết ơn*. Những tác phẩm khác của bà là *Sống trong tình yêu* (Nhà xuất bản Health Communications) và *Những mối quan hệ thiêng liêng* (Nhà xuất bản Morehouse Publishing Group). Bà có ba đứa con đã trưởng thành và 3 đứa cháu sống ở California, Connecticut, và Massachusetts. Christine đã kết hôn cùng đồng tác giả quyển sách này, ông Robert J.Butch.

Sau 30 năm kinh doanh thành công, **Robert J.Butch**, tư vấn viên hiệp hội hỗ trợ trẻ em và phụ nữ, đã có chứng chỉ không chỉ của hiệp hội và chuyển sang công việc tư vấn, tập trung vào những vấn đề về trẻ em và gia đình. Ông làm việc ở trường Harbor ở Newburryport, Massachusetts. Ông có ba con trai đã trưởng thành sống ở California, Colorado và Connecticut. Robert và Chirstine hiện đang sống ở Maine.

R.W. Alley là một họa sĩ vẽ minh họa cho trẻ, sách *Giúp bé trưởng thành* nổi tiếng của Nhà xuất bản Abbey, và cũng là một họa sĩ và tác giả các quyển sách thiếu nhi. Ông sống ở Barrington, Rhode Island, với vợ, con gái và con trai. Bạn có thể tham khảo các tác phẩm của ông qua trang web: www.rwalley.com.